ரவி

விஜய்

பொருளடக்கம்

அணிந்துரை   v

முகவுரை   vii

1. எங்கள் உயிரே   1

2. மாமா   2

3. MAMA   3

4. எங்கே நீ   4

5. ENGHE NEE   5

6. சாம்ராஜியமே   6

7. SAMRAJJIAM   7

8. உயிரே   8

9. UZHIRE   9

10. ஆயுள்   10

11. AYUIL   11

12. அபூர்வம்   12

13. APOORVAM   13

14. புரியாத இழப்பு   14

15. PURIYADA YIZHAPPU   15

16. அன்பின் தெய்வம்   16

17. ANBIN DEIVAM   17

18. எதை மறப்பது   18

19. YADAI MARAPPATHU   19

20. பாவம் அவர்   20

21. PAAVAM AVAR   21

22. சிந்திக்க விட்டு போனார்   22

23. SINTHIKKA VITTU PONAAR   23

24. ஆலயம் இல்லாத தெய்வம்   24

பொருளடக்கம்

25. ALAYAM ILLATHA THEIVAM — 25

26. எங்க குல நாயகனே — 26

27. ENGA KULA NAYAGANE — 27

28. வாழ பிறந்தவர் — 28

29. VAZHA PIRANDAVAR — 29

30. நினைக்கும் படி — 30

31. NINAIKKUMPADI — 31

32. எங்களுடனே — 32

33. ENGALUDANE — 33

34. என்ன அவசரம் — 34

35. ENNA AVASARAM — 35

36. பாசக் குயிலே — 36

37. PAASA KUZHILE — 37

38. வாழ்வு அதனை — 38

39. VAZHVU ADANAI — 39

40. ரவி பேசுகிறேன் — 40

41. RAVI PESUKIREN — 41

அணிந்துரை

போன்ற மச்சான் விஜய் எழுதியது இது.

அணிந்துரை

வணக்கம் !

ஒரு தம்பியை பற்றிய வாழ்க்கை நிகழ்வை இன்னொரு தம்பி போன்ற மச்சான் விஜய் எழுதியது இது.

ரவி என்ற புத்தகத்தின் உள்ளே சென்றால் பாதி வாழ்வை கண்டு , திடிரென கண் காணாமல் சாவூர் சென்ற என் தம்பி ரவி பற்றியது. ஏழு பசங்களுக்கு அடுத்து பிறந்த எட்டாவது குழுந்தை அவன். எதிர்ப்பாராத இழப்பால் எங்களின் உயிரே தொலைந்ததை போல் படுமோசமான சூழ்நிலை. தாய் தந்தையை இழந்த எங்களுக்கு அண்ணன்கள், தம்பிகள் , தங்கைகள் என உறவு சூழ வாழ்ந்தது ஒரு சொர்க்கம். அதில் ஒவ்வொருத்தராக காலன் பறிப்பதால் கண்ணீர் குளத்தில் தான் இப்பொழுது இருக்கிறோம்.

என் மச்சான் உடன் பிறக்க வில்லை என்றாலும் உறவுகளை ஆழமாக நேசிப்பவர். எங்களை போன்றே அவருக்கும் தம்பி ரவியின் இழப்பை தாங்கிக் கொள்ள முடியவில்லை என்றாலும் மனதளவில் இன்னும் ரவி வாழ்வதாகவே நினைத்து, ரவியின் புகழை பலர் அறிய புத்தகம் ஒன்றை எழுதி இருக்கிறார். இது கதை வடிவில் இருக்காது. சட்டென புரிய வேண்டுமாயின் கவிதையே சிறந்தது என்பதால் இப்புத்தகத்தை கவிதையாய் எழுதி இருக்கிறான் விஜய். கண்டிப்பாக படித்து பாருங்கள், என் தம்பி ரவி என்றால் யார் என்பது புரியும்.

நன்றியுடன்

வி.சங்கர்

முகவுரை

Vijay

ரவி எனும் இப்புத்தகத்தின் நாயகன் என் அத்தை பையன். இன்று அவர் இல்லை. அவருள் நானிருந்தேன், என்னுள் அவர் இருக்கின்றார். உறவு அன்புக்கு சிறந்த உதாரணம் என்றால் ரவி மாமா தான்.

சிலருடைய வாழ்க்கை சொதப்பல் கதையா இருக்கும்.சிலரு-டைய வாழ்க்கை கதை நாகூசும்படி இருக்கும். பலருடைய வாழ்க்கை கசங்கிபோன கந்தையா உற்று நோக்கவே பயமா இருக்-கும். ஆனால் ரவி மாமாவின் வாழ்க்கையே அதிசயமானது. சிக்-குன்னு கவிதையா அழகா முற்றுப்புள்ளியா அமைந்து இருக்கும்.

இப்புத்தகத்தை படிப்பது மட்டும் அல்ல, ஒவ்வொரு வீட்டிலும் ஆவன படமாக வைத்துக்கொண்டால் எதிர்கால தலைமுறைக்கும் பாடமாக இருக்கும்.

நன்றி வணக்கம் !

விஜய்

Ph.9740981035

1. எங்கள் உயிரே

• 1 •

ஒவ்வொருத்தரா இப்படி
விட்டு போயிட்டே இருந்தா !
மீண்டும் எப்பொழுது
சந்திக்க போகிறோம் !
யார் எங்கே இருந்தாலும்
நன்றாக இருக்கட்டுமென,
இயற்கையிடம் வேண்டுவதெல்லாம்,
என்ன கணக்கு
அதற்கு யார் பொறுப்பு !
உள்ளத்தால் நல்லவர்களுக்கு
உடலால் வலி எதற்கு !
விட்டு சென்றது பாசமா
விட்டு சென்றது உறவா !
எங்கே எங்கே
எங்கள் உயிரே !

2. மாமா

போகாத ஊருக்கு
நீ போயிட்டே !
எங்களை பொங்கி அழவைத்து
தனிமை ஆக்கிட்டே !
மனைவி குழந்தையை
ஏன் மறந்து விட்டு !
அவசர பட்டு
ஏன் போய் விட்டே !
வந்த நோவு என்னவோ
தவிக்க முடியாத தொந்தரவோ !
உசாரா இருந்த உன்னையே
உயிர் ஏமாற்றி சென்றதோ !

3. MAMA

• 3 •

Pogada orukku
Nee poyutte !
Engalai ponghi alavaittu
Thanimai Akkitte !
Manaivi kulandahai
Yen maranthu vittu ,
Avasarama purapatte !
Vantta novu ennavo
Thavikka mudiyata thondaravo !
Usara irrunda unnaiye
Uzhir yamatri sendratho !

4. எங்கே நீ

உன்னை தலையில் வைப்பதா
இதயத்தில் வைப்பதா !
இரத்தத்தில் கலப்பதா
இதமா ரசிப்பதா !
கிள்ளி கொடுக்கும்
அன்பை நீ
அள்ளிக் கொடுத்தாய் !
அது எங்கேயும்
கிழிந்து போகாமல் !
பத்திரமா வைத்தாய் !!
சீக்கிரமே கிளம்புவேன்னு
முன்னமே தெரிந்ததா !
அதற்கு தான்
எங்கள் பாசத்தையும்,
சேர்த்துக் கொண்டு
நீ தனியே கிளம்பியதா !

5. ENGHE NEE

Unnai thalayil vaippada
Idayathil vaippada !
Rattathil kalappada
Idama rasippada !
Killi kodukkum
Anbai nee,
Alli kodutthai !
Athu engeyum
Kizhindu pogamal !
Patthirama vaitthai !
Seekirame kilambuvennu
Munnamae therindatha !
Adarkku thaan
Engal paasattaiyum,
Sertthu kondu
Nee thaniye kilambiyatha !

6. சாம்ராஜியமே

சிரிப்பு ஒரு கலை
அதில் சொக்கி
விழுந்தவர் நிலை !
இதுவரை யாரும் இல்லை
எவரும் இல்லை !!
அதில் எங்க மாமா சூப்பரு
எல்லாம் சொந்தங்களுக்கும் நல்ல பம்பரு !
அவர் பேச்சில்
நக்கல் இருக்கும்
நையாண்டி இருக்கும் !
விரசம் இல்லாத வார்த்தையில்
விசம் துளிகூட இருக்காமல்,
வாழ்ந்து முடித்த அதிசயம் !
அது அவருக்கான
தனி சாம்ராஜ்யம் !

7. SAMRAJJIAM

Sirippu oru kalai
Athil chikki vizhundavar nilai !
Ithuvarai yarum illai
Yavarum illai !
Athil enga mama supparu
Yallam chondankalukkum
Nalla Bamberu !
Avar paetchil
Nakkal irukkum
Naiyandi irukkum !
Virasam illatha vaartaiyil
Visam thulikooda illamal,
Vazhnthu muditta athisiam !
Athu avarukkana
Thani samrajjiam !

8. உயிரே

மறக்க முடியாத நிகழ்வு
உண்மையானது !
அமைதியான உடம்பு
உயிரா மலர்ந்தது !
மாமாவின் அழியாத தியாகம்
பூமியில் வாழுது !
இருண்ட எட்டு பேர் வாழ்வில்
விழியா இருக்குது !
விழி கொடையால்
உயிர் பெற்றார் !
அவ்வுயிர் மூலமா
பல சாதனை படைப்பார் !
அறிந்து கொள்வது
மிக சுலபம் !
காரணம் என்னவென்றால்
விழியற்றோர் என்றும்,
திறமைசாலிகள் !

9. UZHIRE

Marakka mudiyada nigalvu
Unmaiyanathu !
Amaithiyana udambu
Uzhira malarntatu !
Mamavin azhiyada thyagam
Boomiyil vazhuthu !
irunda ettu paer vazhvil
Vizhiya irukkuthu !
Vizhi kodaiyal
Uzhir petrar !
Aweuzhir moolama
Pala shadanai padaippar !
Arindu kolvathu
Miga sulabam !
Karanam ennavendral
Vizhi yatror endrum
Thiramaisaligal !

10. ஆயுள்

என்ன என்ன கற்பனையோ
அவர் வாழ்வில்
கண்டது எத்தனையோ !
அத்தனையும் முடிந்திருக்காது,
ஆயுள் முடிந்தது
ரொம்ப அநியாயம் !
நன்றாக சம்பாதிக்க
சூழ்நிலை சரியில்லை !
நன்றாக உழைக்க
உடம்பு ஒத்துழைக்கலே !
எல்லா வழியும் அடைப்பட்டா,
பாவம் எந்த ஜீவன் தான்
கவலைக்கொள்ளாது !
கவலைகூட
ஒரு வியாதி தான் !
உடல் நிலையை
திக்குமுக்காட செய்தது !

11. AYUIL

Enna enna karpanaiyo
Avar vazhvil
Kandathu ethtanaiyo !
Attanaiyum mudinthirukathu,
Ayuil mudinthadu
Romba aniyayam !
Nandraga sambathikka
Sulnilai sariyillai !
Nandraga uzhaikka
Udambu vothtuzhaikkale !
Ella vazhiyum adaipatta,
Paavam entha Jeevan thaan
Kavalai kollathu !
Kavalai kooda
Oru viyathi thaan !
Udalnilai hai
Thikkumukkada seithatu !

12. அபூர்வம்

• 12 •

என் மாமா என்றால்
சும்மா இல்லை !
அவரின் எளிமைக்கும்
பாசத்திற்கு ஈடு இணை,
எதுவுமில்லை !
வருமையை நினைத்து
வாடியதும் இல்லை !
தன் உடல் நிலையை நினைத்து,
கலங்கியதும் இல்லை !
அதுவே அவரின்
சொத்து பத்து !
அவரை நேரில் உணர்ந்தவர்களுக்கு,
எல்லாம் பாடம் !
இக்காலத்தில் அவரை போல்,
வாழ்ந்தவர்கள் அபூர்வம் !

13. APOORVAM

En mama yendral
Summa illai !
Avarin elimaikkum
Pasathirkum Eedu Enai,
Ethuvom illai !
Varumaihai ninaithu
Vaadiyathum illai !
Tan udal nilaihai ninaithu
Kalangiyathum illai !
Aduve avarin
Sotthu patthu !
Avarai neril unarndavargalukku
Ellam paadam !
ikkalathil avarai pol
Vazhndavargal apoorvam !

14. புரியாத இழப்பு

ஊரு உலகத்தில் நல்லவர்கள்
பலர் இருப்பார்கள் !
அதில் நான் ஒன்றும்
சளைத்தவன் இல்லை என்று
நிருபித்து விட்டாரு !
நூறு சதவிகிதம் யாரும்
முழுமை அடைந்தது இல்லை !
அதிலும் அவர்
விதிவிலக்கு இல்லை !
நூறு வயதை
தொடுவது என்பது அரிது !
அதனால் என்னவோ
அவர் முந்திகிட்டாரு ?
புரியாத இழப்பு
இது தான் மானுட பொழப்பு ?

15. PURIYADA YIZHAPPU

• 15 •

Vuru ulagatthil nallavargal
Palar iruppargal !
Athil naan vondrum
Salaittavan illai endru
Nirubittuvittaru !
Nooru sadavigitham yarum
Muzhumai adaintatu illai !
Athilum avar
Vithi villaku illai !
Nooru vayadai
Thoduvatu enbathu arithu !
Athanal ennavo
Avar munthittaru ?
Puriyada yizhappu
ithu thaan manuda pozhappu ?

16. அன்பின் தெய்வம்

• 16 •

அன்பின் தெய்வம் மாமா
நல்லோர் உள்ளங்களில்
வாழும் ரவி மாமா !
குட்டல்லி என்றாலே
பல உருவம் தெரியும் !
அதில் ஒரு உருவம்
தனித்து தெரியும் !
சிரிப்பால் வரவேற்கும்
மனயிறுக்கத்தை
போக்க வைக்கும் !
இனி யாரோ
நம் உறவுகளுக்கு பாலம் !
சிரித்த முகத்துடன்
எல்லாம் ஏற்றுக்கொண்டவர்,
மரணத்தையும்
ஏற்றுக்கொண்டார் போலும் !

17. ANBIN DEIVAM

Anbin deivam mama
Nallor ullangalil
Vazhum Ravi mama !
Guttalli yendrale
Pala uruvangal theriyum !
Athil oru uruvam
Thanittu theriyum !
Sirippal varaverkkum !
Mana irukkatthai
Pokka vaikkum ! !
Eni yaro
Nam uravugalukku Palam !
Sirittha mugathudan
Ellam yetrukondavar,
Maranataiyum
Yetrukondar polum ?

18. எதை மறப்பது

மீன் வாங்க
ஒரு ஏரிக்கு சென்று !
ஒதுக்கு புறமா அங்கு
பிணம் மிதப்பதை பார்த்து !
விழுந்தடித்து ஓடி வந்து
பதற்றத்தில் வண்டியை ஓட்டி !
நாங்கள் இருவரும்
ஒரு முடிவுக்கு வந்தோம் !
இனி ஏரி மீனை
சாப்பிட கூடாதென்று !
இப்படி என் மூச்சு
இருக்கும் வரை !
எதை மறப்பது
எதை விடுவது ?
என் மனது எந்நேரமும்
பித்து பிடித்து அழுவது !

19. YADAI MARAPPATHU

Meen vaanga
Oru yherikhu sendru !
Hothukku purama anghu
Pinam methappatai paarthu !
Vizhundatithu odi vanthu
Pathatatril vandihai hoty !
Naangal iruvarum.
Oru mudivukku vanthom !
Eni yheri meenai
Sappida koodathendru !
ippadi en mootchi
irukkum varai !
Yathai marappathu
Yathai viduvathu !
En manathu enneramum
Pitthu piditthu azhuvuthu !

20. பாவம் அவர்

B.S.C. வரை
படித்து இருந்தாலும் !
தான் உயர்ந்தவன் என்று
என்றும் நினைத்தது இல்லை !
அவருக்கு அந்த தலைகணமே
முளைத்தது இல்லை !
கிடைத்த வேலை செய்தாலும்
என்றும் மனம் உடைந்ததில்லை !
காலநிலை சூழ்நிலையில்
அகப்பட்டு வலியிருந்தாலும்,
வாழ்ந்து தான் பார்த்தார் !
பாவம் அவர் கும்பிட்ட கடவுள்
அவருக்கு துணை புரியாமல்,
நம்பிக்கை துரோகம்
செய்து விட்டான் !

21. PAAVAM AVAR

B.S.C Varai
Padithu irundalum !
Taan uyarndavan endru
Endrum ninaitathu illai !
Avarukku andha thalaiganam
Mulaittathu illai !
Kidaita velai seidalum
Endrum manam
udaindathu illai !
Kalanilai sulnilaiyil
Agapattu valiyirundalum
Vazhundutan paarttar !
Paavam avar kumbitta kadavul
Avarukku thunai puriyamal,
Nambikkai throgam
Seithu vittan !

22. சிந்திக்க விட்டு போனார்

பேராசைகளை
குறைத்துக்கொண்டு
வாழ்வது வாழ்க்கை !
தவறுகள் நடந்தால்
திருத்திக்கொண்டு
வாழ்வது வாழ்க்கை !
கிடைத்ததைக் கொண்டு
திருப்தி கொள்வது வாழ்க்கை !
பணம் எனும்
மூன்று எழுத்துக்காக,
ஓயாமல் ஓடுவதில்லை
வாழ்க்கையென,
இப்படி தன்னைத் தானே
செதுக்கிக் கொண்டு,
கச்சிதமா வாழ்ந்தவர் தான் !
மற்றவர்களை சிந்திக்க விட்டு
சீக்கிரமே போனார் !

23. SINTHIKKA VITTU PONAAR

Pearasaigalai kuraithu kondu
Vazhvathu vazhkai !
Tavarugal nadanthal
Thirutthi kondu
Vazhvathu vazhkai !
Kidaittadai kondu
Thirupthi kolvathu vazhkai !
Panam enum
Moondru ezhuthukaga ,
Oyamal oduvathillai
Vazhkaiyena ,
ippadi thannai thane
Sethukki kondu ,
Katchidama vazhndavardhan !
Matravargalai sinthikkavittu
Seekirame ponaar !

24. ஆலயம் இல்லாத தெய்வம்

ஒரு சின்ன புன்னகை
பாசம் இருப்பதை
நிருபித்து விடும் !
கனிவான பேச்சு
அன்பு உள்ளமென்ற
நிலை உருவாக்கி விடும் !
இப்படி ஒவ்வொன்னா
மானுட இயல்புகளை
வளர்த்து சென்றால் !
ஆலயம் இல்லாத தெய்வமா
கோபுரத்தை மிஞ்சிய ஆகாயமா,
புது உலகம் உருவாகும் !
விரும்பினால் தன்னால் மாறும்
விரும்பாவிட்டால் ,
பொறாமையோடு பொச்சரிப்பு
கைகோர்த்து நடனமாடும் !.
கால காலத்திற்கும்
செயலற்று வாய் பேசும் !
யார் பிழைத்தாலும்
சோக ராகம் பாடும் !

25. ALAYAM ILLATHA THEIVAM

Oru sinna punnagai
Paasamiruppadai
Nirupittuvidum !
Kanivana petchu
Anbu ullamendra nilai
Vuruvakki vidum !
Ippadi vovonna
Maanuda ezhalbugalai
Valartthu sendral !
Alayam illatha deivama
Gopuratthai minjia aagayama,
Puthu ulagam vuruvagam !
Virumbinal thannal maarum
Virumbavittal,
Poramaiyodu potcharippu
Kaikortthu natanamadum !
Khala khalathirkum
Seyalatru vazhipesum !
Yaar pizhaittalum
Soga raagam paadum !

26. எங்க குல நாயகனே

நம் உறவா நம் உயிரா
நிலையா இருந்தவரு
பட நிழலா ஆனதென்ன !
நாட்களை எண்ணி எண்ணி
வேகமா போவதென்ன !
அடிக்கடி பேசிய வார்த்தை
அடிக்கடி சந்தித்த உருவம்,
மொத்தமா மறைந்ததென்ன !
அதற்காகவா
மனமெனும் கோவிலில்
மறைந்தவர் கருவறையில்,
தெய்வமா காட்சி அளிக்கும்
அற்புதம் என்ன என்ன !
மனிதர்களை மறக்கும்
உலகத்திலே
வாழ்ந்த தெய்வங்களை
மட்டும் மறப்பதே இல்லை !

27. ENGA KULA NAYAGANE

Nam urava Nam uzhira
Nilaiya irundavaru
Pata nizhala anathenna !
Naatkalai yenni yenni
Vegama povathenna !
Adikkadi pesiya vaartai
Adikkadi santhitta uruvam
Motthamma maraindathenna !
Adarkkagava manamennum
Kovilil maraindavar karuvaraiyil !
Deivama katchi alikkum
Arputham enna enna !
Manidargalai marakkum
Eve ulagatthile !
Vazhunda deivangalai
Mattum marapathe illai !

28. வாழ பிறந்தவர்

வணங்குபவர் என்றும் நிலைப்பார் !
கொடுப்பவர் என்றும்
உயர்வார் !
கற்பவர் என்றும்
தகுதி ஆவார் !
கருணை உள்ளவர் என்றும்
கடவுள் ஆவார் !
அனுசரித்து பழகுபவர் என்றும்
ஏழை ஆகமாட்டார் !
துணிந்து பேசுபவர் என்றும்
தோற்கமாட்டார் !
நம் மனதில்
வாழ்பவர் என்றும்,
மரணம் அடையமாட்டார் !

29. VAZHA PIRANDAVAR

Vanangubavar endrum
Nilaippar !
Koduppavar endrum
Uyarvar !
Karpavar endrum
Thagudi Ahvar !
Karunai ullavar endrum
Kadavul Ahvar !
Anusarittu pazhakubavar
Endrum yezhai agamattar !
Thunindu paesubavar endrum thorkkamattar !
Nam manathil
Vazhubavar endrum,
Maranam adayamattar !

30. நினைக்கும் படி

கண்கள் தேடுது
இதயம் பாடுது
வா மாமா வா !
காலம் சொல்லுது
வந்தவர் திரும்புவதில்லை !
நீ விட்டு சென்ற நினைவுகள்
என்றும் சாவதில்லை !
உன் பாச மொழி சொல்லுது
நான் தான் வாழ்கிறேனென்று !

31. NINAIKKUMPADI

• 31 •

Kangal theduthu
Idayam paaduthu
Vaa mama vaa !
Kaalam solluthu
Vanthavar
thirumbuvathillai !
Nee Vittu sendra
Ninaivugal
Yendrum savathillai !
Vun paasa mozhi
Solluthu,
Naan dhan
Vazhukirennu !

32. எங்களுடனே

நேற்று போல் இன்று இல்லை
இன்று போல் நாளை இல்லை !
பக்குவமா உணர வைக்குது !
காலம் நேரம்
செலவைக்க இல்லை !!
பிரிந்த ஒரு நிகழ்வை தவிர
பசுமையான,
பழைய நினைவுகள் !
நித்தமும் உறவாடும் பொழுது
எத்தனை மகிழ்ச்சி !
அதில் இன்னொரு நெகிழ்ச்சி
உன்னுடன் பழகிய நாட்கள் !
என்றும் நீடூழி
எங்களுடனே வா !

33. ENGALUDANE

Nettru pol indru illai
Endru pol nalai illai !
Pakkuvama unara vaikkuthu !
Khalam neram
selavaikka illai !!
Pirinda oru nigalvai tavira
Pasumaiyana ,
Pazhaya ninaivugal !
Nitthamum vuravadum pozhudu ,
Yattanai makhitchi !
Athil innoru nekhitchi
Unnudan pazhakiya naatkal !
Endrum needozhi
Engaludane vaa !

34. என்ன அவசரம்

எல்லோரும் இங்கிருக்க
உனக்கென்ன அவசரம் !
எல்லோரையும்
கவனித்து இருந்தும் ,
ஏன் உன் உடல் நிலையில்
அந்த தடுமாற்றம் !
நடைப் பயிற்சி
உடற்ப் பயிற்சியில்
ஆரோக்கியம் கிடைத்திருக்கும் !
உன் ஆயுள் நீடித்திருக்கும் !!
அதை செய்
இதை செய் என்றவுடன் ,
ஓ அதுவா என்று
வெறுப்பாய் சொன்னாய் !
ஏன் என்று சொல்லாமலே
விரைந்தும் சென்றாய் !

35. ENNA AVASARAM

Yelloram ingurukka
Unakenna avasaram !
Yelloraiyam
Kavanitthu irunthum ,
Yen unnudal nilaiyil
Antha thadumatram !
Nadai pazhirchi
Vudar pazhirchiyil
Arokkiyam kidaitthirkkum !
Vun azhul needitthirkkum !!
Athai seiyu
Ethai seiyu endravudan ,
Vo athuva endru
Veruppa sonnayi !
Yen endru sollamale
Viraivayi sendrayi !

36. பாசக் குயிலே

பசுமையான உறவுகளிடம் இருந்து
பஞ்சா பறந்துவிட்ட
பாசக் குயிலே !
கண்ணை மூடினால்
உள்ளத்தில் வாழ்கிறாய் !
விழி திறந்த பார்த்தால்
நீ இல்லை என்பதை,
ஏக்கம்கொள்ள வைக்கிறாய் !
தினம் தினம் நினைத்தாலும்
இன்று உயிர் வலிக்குது !
நீ வாழ்ந்த வாழ்க்கையே
பெருமைக்கொள்ள வைக்குது !

37. PAASA KUZHILE

• 37 •

Pasumaiyana uravugalidam irundhu ,
Panja paranduvitta
Paasa kuzhile !
Kannai moodinaal
Ullatthil vazhukirayi !
Vizhi thirandu paartthal
Nee illai enbathai ,
Eckom kolla vaikkirayi !
Thinam thinam ninaithalum
Indru uzhir valikkuthu !
Nee vazhunda vazhukaiye
Perumai kolla vaikkuthu !

38. வாழ்வு அதனை

எழுந்தால் நம்பிக்கை
உட்கார்ந்தால் நம்பிக்கை !
படுத்தாலும் நம்பிக்கை
நாளை விடியும் என்று !
படிப்பதும் நம்பிக்கை எப்படியாவது,
பிழைத்துக் கொள்வோம் என்று !
வாழ்க்கை இருக்கும் வரை
எல்லாவற்றுக்கும் வாய்ப்பு !
எதார்த்தமான
உண்மை சொல்லுது,
வாழ்க்கைக்கே அடுத்த
வாய்ப்பு இல்லை என்று ,
உன் வாழ்வை பார்த்து
தெரிந்து கொண்டோம் !

39. VAZHVU ADANAI

• 39 •

Ezhundal nambikkai
Utkarndal nambikkai !
Paduttalum nambikkai
Naalai vidium endru !
Padippathum nambikkai
Eppadiyavathu ,
Pizhaithu kolvom endru !
Vazhkai irukkum varai
Ellavattrukkum vazhuppu !
Etharttamaana
Unmai solluthu !
Vazhkaike adutta
Vazhippu illai endru ,
Vun vazhvai partthu
Therindu kondom !

40. ரவி பேசுகிறேன்

வாழ்க்கை இது சும்மாவா
அழுகையும் சிரிப்பும் வரும்
பார்ப்போம் வா !
எதிர்ப்பார்ப்பு இருக்கும்
தப்பில்லை வா !
அதே நேரத்தில் வாழ்வில்
அனுசரித்து
போக முடியும் வா !
எதிர்ப்பார்ப்புகள் சில
வெற்றி அடையும் !
எதிர்ப்பார்ப்புகள் பல
கண்ணீரில் முடியும் !
இப்படி எந்த இடர் வந்ததாலும்,
எதையும் தாங்கும்
இதயம் வேண்டும் !
தைரியம் கொள் !!

41. RAVI PESUKIREN

Vazhkai ithu summava
Azhugaiyum varum
Sirippum varum
Parpom va !
Ethirparpu irukkum
Thappilai va !
Athe neratthil vazhvil
Anusarittu pogamudium va !
Ethirparpugal sila
Vetri adayum !
Ethirparpugal pala
Kanneeril mudiyum !
ippadi enda edar vanthalum
Yadayum thaangum
idayam vendum,
Thairium kol !